My Friends in the City
నగరంలోని నా మిత్రులు

SAMINA MISHRA

సామినా మిశ్రా

illustrations Biswajit Balasubramanian

చిత్రాలు బిశ్వజిత్ బాలసుబ్రమణియన్

translation K. Venkateswarlu

అనువాదం కె. వెంకటేశ్వర్లు

SPARK – TULIKA

In dual language books, the text is deliberately kept simple, even literal. Every language, however, is unique in terms of syntax and usage of words. The challenge, therefore, is to translate literally without compromising the integrity of each language, to make two languages work in tandem yet stand alone. Tulika has 10 published bilingual titles and 10 are forthcoming in 2006.

My Friends in the City / Nagaramloni naa mitrulu (English-Telugu)
© *English text & photographs* Samina Mishra
© *illustrations & dual language text* Tulika Publishers
design Radhika Menon
This Spark-Tulika edition published in India 2006
ISBN 978-81-88733-48-2
Translated from the English

Tulika Publishers, 13 Prithvi Avenue, Abhiramapuram, Chennai 600 018, India
email tulikabooks@vsnl.com   *website* www.tulikabooks.com

Spark-India 'Sudarshan', 3-5-819 Hyderguda, Hyderabad 500 029, India
email spark_india@rediffmail.com   *website* www.spark-india.biz

Printed and bound by
Sudarsan Graphics, 27 Neelakanta Mehta Street, T. Nagar, Chennai 600 017, India

I'm Sooraj. I live up in the sky and shine on the city every day.

నేను సూర్యుణ్ణి. నేను ఆకాశంలో జీవిస్తూ నగరంపైన ప్రకాశిస్తుంటాను.

There are people everywhere and the city is growing every day.

అన్నిచోట్లా జనం వుండడంతో, ప్రతి రోజూ నగరం పెరిగిపోతూవుంది.

Buildings reach up to the sky. Roads
eat up the forest and river. People built the city.
But look, there are others trying to live here too.

భవనాలు ఆకాశాన్ని అందుతున్నాయి. బాటలు నదులు, అడవులను
తినేస్తున్నాయి. ప్రజలు నగరాన్ని నిర్మిస్తారు, కానీ చూడండి, ఇక్కడ తక్కినవి
కూడా నివసించటానికి ప్రయత్నిస్తుంటాయి.

I met Moti the elephant near a flyover one day. He lives in a basti by the side of a river and gives rides to children at birthday parties. He came to the city from a jungle when he was very small. But he still remembers the jungle.

నేనొకరోజు ఫ్లైఓవర్ వద్ద మోతి ఏనుగును చూశాను. అది నది ప్రక్కనున్న ఒక గ్రామంలో నివసిస్తూ పుట్టిన రోజు వేడుకలప్పుడు చిన్న పిల్లలకు సవారిగా ఉపయోగించబడుతుండేది. అది చిన్న పిల్లగా వున్నప్పుడు అడవినుండి నగరానికి వచ్చింది. అయినా దానికా విషయం గుర్తున్నది.

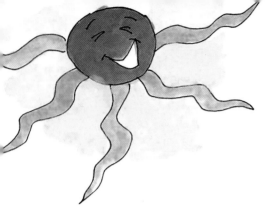

This is Granny Chew Chew. She likes to look after kids.
And the kids like to look after her! They make Granny Chew
Chew wear a sweater to keep her warm in winter.
Perhaps next year, they might even give her a cap!

ఈమె బామ్మ చ్యూచ్యూ. ఆమెకు పిల్లల బాగోగులు చూడటమంటే చాలా
ఇష్టం. అలాగే పిల్లలకూ ఆమె బాగోగులు చూడటమంటే ఇష్టం! వాళ్ళు
చలికాలంలో వెచ్చగావుండడంకోసం బామ్మ చ్యూచ్యూను ఒక స్వెటర్
ధరింపచేశారు. బహుశా పై సంవత్సరం వారు ఆమెకు ఒక టోపీ కూడా
ఇవ్వవచ్చు!

This is my friend Phad Phad the pigeon. He's always sneaking into people's balconies and windows to make his nest. Most people don't like that but what is Phad Phad to do? Pigeons like to nest in hollows on trees or rocks. But the city doesn't have any rocks or so many trees with hollows.

ఇది నా నేస్తం ఫడ్‌ఫడ్ పావురం. ఇది ఎప్పుడూ గూడు కట్టుకోవడానికి ప్రజల ఇంటి బాల్కనీలలో, కిటకీలలో స్థలంకోసం చూస్తూవుంటుంది. చాలా మందికి ఇది ఇష్టంవుండదు, కానీ ఫడ్‌ఫడ్ ఏం చేస్తుంది? పావురాలు చెట్లు లేదా బండలలోని తొఱ్ఱలలో గూడు కట్టుకుంటాయి. అయితే నగరాలలో తొఱ్ఱలున్న చెట్లు, బండలు వుండవు.

Oh, and this is Banno the buffalo. She lives with a herd of buffaloes and they go to the river every day to bathe. Yes, right here in the city. Banno gives a lot of milk. You may even have drunk some.

ఆ, ఇది గేదె బన్నో. అది తన గేదెలమందతో వుంటూ స్నానం చేయడానికి రోజూ నదికి వెళుతుంది. అవును, ఈ నగరంలోనే. బన్నో ఎంతో పాలు ఇస్తుంది. మీరు అందులో కొంత తాగి వుంటారేమో కూడా.

Not all the trees in the city have been cut down. So, here, in this park lives Collector Saab. He's a squirrel and he's eating more than nuts these days. He even eats potato chips that you bring along on your picnics.

నగరంలో వుండే అన్ని చెట్లూ నరికివేయబడలేదు. ఇక్కడి పార్కులో కలెక్టర్‌సాబ్ నివసిస్తున్నది. అది ఒక ఉడుత. ఈ రోజుల్లో అది గింజలే కాదు, మరెన్నో తింటున్నది. అంతేకాదు, మీరు పిక్నిక్‌లకు తీసుకువచ్చే బంగాళా దుంపచిప్స్ కూడా తింటున్నది.

CHIPS

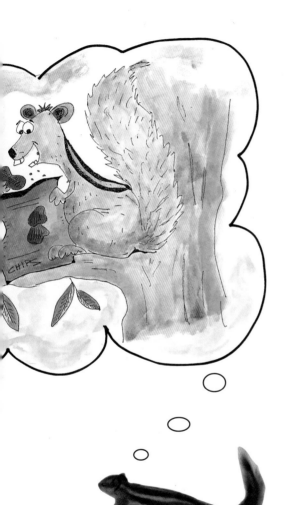

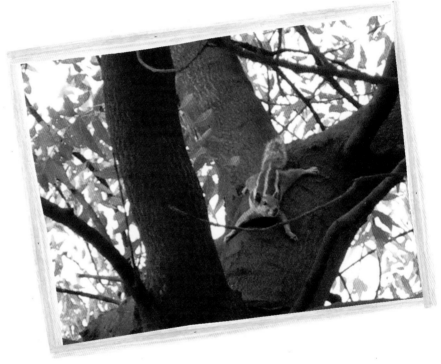

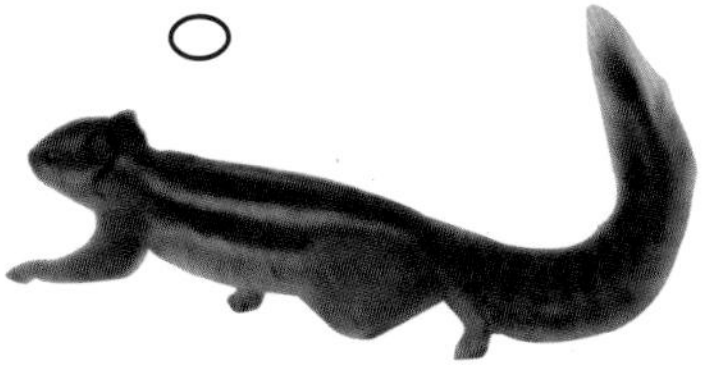

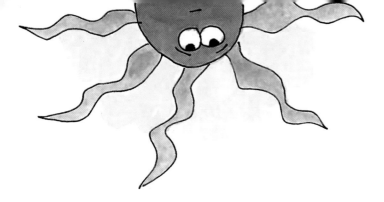

This is Kallu Mian, black and beautiful. He's a house pet but he loves to wander about on the streets and make friends with the street cats.

ఇది కల్లు మియాన్, నల్లనిది, అందమైనది. అది పెంపుడు జంతువే అయినా, వీధుల్లో తిరుగుతూ వీధి పిల్లులతో స్నేహం చేస్తుంటుంది.

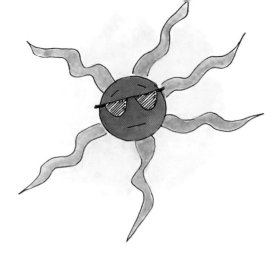

And let's not forget Bibi Cluck Cluck. She's a beautiful hen, isn't she? She never forgets to lay an egg. Do you eat eggs for breakfast?

అలాగే మనం బీబీ క్లక్ క్లక్‌నూ మరిచిపోకూడదు. ఈ కోడి పెట్ట అందంగా వుంది కదూ? అది ఎప్పుడూ గుడ్డుపెట్టడాన్ని మరిచిపోదు. మీరు బ్రేక్‌ఫాస్ట్‌కు గుడ్లు తీస్కుంటారా?

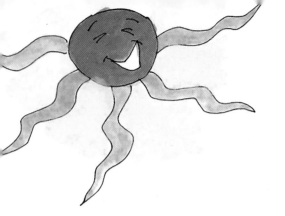

Now that you've met some of my friends, will you make friends with them? Will you give them space in your city and help them make a home?

మీరిప్పుడు నా స్నేహితులెందరినో కలుసుకున్నారు, మరి వారితో మీరు స్నేహం చేస్తారా? వాటికి మీ నగరంలో కాస్త చోటిచ్చి వాటికొక ఇల్లు చూపిస్తారా?